முகிழ்த்த மகள்

புதிய நிலைப்பாட்டை நோக்கி

பிரியதர்ஷினி அருணாசலம்

ஏலே பதிப்பகம்

முகிழ்த்த மகள்– கவிதை

எழுத்தாளர்: பிரியதர்ஷினி அருணாசலம்
முதல் பதிப்பு: ஜனவரி 2021

வெளியீடு:
ஏலே பதிப்பகம்
5/175, பாத்திமா நகர்,
கூத்தென்குழி,
திருநெல்வேலி – 627104
தொடர்புக்கு: 9944992571

Mugizhtha magal - Poetry

Author: Priyadharshini Arunachalam
Email : m2apdg@gmail.com
First Edition: January 2021

Published By:
Aelay Publish
5/175, Fathima nagar,
Kuthenkuly,
Tirunelveli -627104
Phone: 9944992571

Design And Executed by

aelay Publish.com

ISBN : 978-93-5533-241-7
Page : 82

*இப்புத்தகத்தை நான் எனை ஈன்ற தாய், தந்தை, தங்கை,
உற்ற நண்பர்கள், தமிழ் பயிற்றுவித்த ஆசிரியர்கள்,
குடும்பத்தினர்கள் மற்றும் நான் நம்பும் பிரபஞ்சத்திற்கும்,
வழிநடத்தும் கடவுளுக்கும் சமர்ப்பிக்கிறேன்.*

அணிந்துரை

கவிதைகள் எழுதுவது என்பது
தன் உணர்வுகளுடன் பேசுவது போன்றது
ஒரு மேகத்திற்கு மழைத்துளி கொண்டு
முத்தம் கொடுப்பதை போன்றது அதை
ஒரு ஆத்மார்த்த நேசம் இல்லாமல் செய்யவே முடியாது
அதை அவ்வளவு இயல்பாய் கவிஞர் பிரியதர்ஷினி
நிகழ்த்துகிறார் தன் கவிதைகளின் மூலம்
கண்களால் கைது செய் என்ற கவிதை
நிச்சயம் எல்லோருக்கும் பிடித்திருக்கும்
என்னை மிக கவர்ந்த ஒரு கவிதை

ஒரு மனம் பேசும் கவிதையின் இயல்பை
நிறை இடங்களில் உணர்ந்த முடிந்தது

நான் கடைசியாக படித்த ரசித்த கவிதை புத்தகங்களில்
முகிழ்ந்த மகள் கவிதை தொகுப்பும் என்றும்
ஒன்றாக இருக்கும் . மனம் நிறைந்த அன்புகளுடனும்
வாழ்த்துக்களுடனும்

அன்புடன்
கவிஞன் மொழி

முகவுரை

விடுமுறையின்றி சுழன்று கொண்டிருக்கும் அண்டத்திற்குள் அணு அளவு பிண்டமாய் அளவளாவிக் கொண்டிருக்கும் நமது வாழ்வில் பற்பல காட்சிகளும், சூழல்களும், இயற்கையும், உணர்வுகளும் கண்களுக்கு புலப்பட்டிருந்தாலும் மனதிற்குள் சிறையுறாமல் இலகுவாக நம்மைக் கடந்து சென்றிருக்கும் அல்லது நாம் கடந்து வந்திருக்கவும் கூடும். அப்படிச் சில விஷயங்களுக்கு என்னால் இயன்ற ஏதோ ஒரு அழகு சேர்த்து, கற்பனை புகுத்தி, கவிதை வரிகளாய் கோர்த்து உங்கள் பார்வைக்கு வைத்துள்ளேன்.

ஒரு பூவானது அரும்பாகி ,மலராகி, மணம்பரப்பி நம் மனங்களைக் கொள்ளை கொள்ளும்வரை
எத்தனை எத்தனை மாற்றங்கள் நிகழ்கின்றன.
மாற்றங்கள் மட்டுமா நிகழ்கின்றன?

மாற்றங்களுக்கு ஏற்ப பெயரையும் அல்லவா மாற்றிக் கொள்கிறது. பருவத்துக்கு ஒரு பெயர் தாங்கி ஒவ்வொரு பருவத்திலும், மலர்ச்சியிலும், முதிர்ச்சியிலும் என்னைப் பார் என்று உற்று நோக்க வைத்து உவகை கொள்ள வைக்கிறது.

கண்களுக்கு விருந்து படைக்கும் மலருக்கு இத்தனை பெயர்களா? வியக்க வைக்கிறது அல்லவா? எந்த மொழியிலும் இல்லாத சொல்லாளுமை தமிழுக்கு உண்டு என்பதற்கு இந்த ஒரு எடுத்துக்காட்டு மட்டுமே போதும்.

அரும்பு - அரும்பும் தோன்றுநிலை
நனை - அரும்பு வெளியில் நனையும் நிலை
முகை - நனை முத்தாகும் நிலை
முகிழ் - மணத்துடன் முகிழ்த்தல்
மொட்டு - கண்ணுக்குத் தெரியும் மொட்டு
போது - மொட்டு மலரும்பொழுது காணப்படும் புடைநிலை

மலர்- மலரும் பூ
பூ - பூத்த மலர்
வீ - உதிரும் பூ

மனித மனங்களும், வாழ்க்கையும் மலர்களின் நிலை போன்றவைதான். ஒவ்வொரு வயது அடையும் பொழுதும் ஒவ்வொரு நிலைப்பாட்டை அடைந்து அடுத்த நிலைப்பாட்டிற்காக ஆயத்தமும் ஆவோம். அதுபோல பூ விரிந்து மனம் வீசத் தொடங்கும் நிலையை 'முகிழ்தல்' என குறிப்பிடுவது போல் நான் எனது எழுத்துப் பயணத்தைத் தொடங்கி சில ஆண்டுகளாகிய இச்சமயத்தில் அடுத்த கட்டமாய் முதல் புத்தகம் ஒன்றை வெளியிட முற்பட்டுள்ளேன். எனது இந்த நிலையை ஒப்பிட்டு இந்த தலைப்பை சூட்டியுள்ளேன்.

எனது இக்கண்ணோட்ட கவிதைகள் உங்கள் எண்ணங்களை விருந்தோம்பி மகிழ்விக்கும் என மனதார நம்புகிறேன்.

புத்தகச் சுருக்கம்

ஏதோ ஓர் கருவை(கருத்தை) மையமாக்கி அதனை சுற்றி ஓர் உடலை வரைவதை போன்றில்லாமல், பல்வேறு கருக்களை ஒரே உடலுக்குள் ஊடுருவ வைப்பது போல இந்த புத்தகத்தில சில தலைப்புகளை புகுத்தியுள்ளேன்.

நமது அன்றாட வாழ்வில் எழுந்து ஒரு குவளை தேநீர் பருகும் நொடியிலிருந்து, செருப்பு அணியும் செயல், உயபோகிக்கும் கைபேசி, பேசும் மொழியின் அழகு, இரவின் நிசப்தம், உணர்வுகள், வலிகள், தனிமை, என்பது போல சில காட்சிகளை கருக்களாக்கியும் மற்றும் சமூக நலன் கருதி சில தலைப்புகள் என ஒவ்வொன்றையும் பற்றி கூறி எனது கற்பனைக்கு ஏற்றவாறு வடிவமைத்து அதற்கென்று ஓர் புத்துயிர் கொடுக்க முயற்சித்துள்ளேன். இந்த முயற்சியில்

உங்களது இந்த மகள் முகிழ்த்து மலர்ந்து வீசும் சுகந்தம் எனது எழுத்திற்குள் மறைந்து உங்கள் சிந்தனைகளை கவர்ந்து விடும் என்னும் நம்பிக்கையில் சிறகு விரித்து காத்திருக்கிறேன்.

இந்தப் புத்தகத்தின் ஒவ்வொரு வரிகளையும், வார்த்தைகளையும், அர்த்தங்களையும் நீங்கள் நேரம் செலவிட்டு புரிந்து படிப்பீர்களேயானல் அதுவே என் உழைப்பின் ஊதியமாக கொள்ளப்படும்.

பொருளடக்கம்

இனிய தனிமை

ஊற வைத்த
உலகின் பிடியில்
சலவை செய்த
வான வெளியில்
ஊர வேண்டும்
தரையின் மடியில்
கரைய வேண்டும்
கதிரவன் ஒளியில்..

கொஞ்சம் வெயிலை
கொஞ்சி எடுத்து
குளிருக்கு இதமாய்
போர்த்தி அணைத்து
காற்றின் கைகளை
இறுகப் பிடித்து
பாதையுடன் பாதத்தை
ஒற்றி எடுத்திட ஆசை..

மரத்தின் மடியில்
மறதியுடன் ஓய்ந்து
இலைகளின் அசைவில்
இலகுவாய் சாய்ந்து
ஈரத் தென்றலை
கூரையாய் வேய்ந்து
குட்டித் தூக்கம் போட்டு
சோம்பல் முறித்திடவும் ஆசை..

காணும் வீடுகளின்
கலையை கண்டு
இரசித்து புசித்து
உறங்கி உண்டு
மூத்த முதிர்ந்த மனிதருடன்
இரம்மியமாய் ரகளைகள் கொண்டு
இரவில் லயித்து
வாழ்வில் செழித்து என
இராஜ வாழ்க்கை
வாழ்ந்திடவும்
எனக்கு பேராசை..

தெருவோர தேவதை

விரலு ரேகை முகத்துல
வேதனைதான் அவ அகத்துல..
வேகாத வெயிலுக்குள்ள
வேலை செஞ்சு கொடுத்த புள்ள..
பத்து நூற சேத்து வெச்சா
பலபேரு நலன கருத்தில் தெச்சா..
விடியக்காலை நேரத்துல
வெளிச்சம் கூட பத்தவில்ல..
வெள்ளை இட்லி சுட்டு வெச்சா
வெள்ளந்திதனத்த பொட்டு
வெச்சா..
ஆக்கி வச்சது ஆறும் முன்ன
ஆளுங்க வரும்
அவ கண்ணு முன்ன..
பழைய கஞ்சி இவ குடிச்சுகுவா
பசியாத்தி மனச நெறச்சுக்குவா..
பேரன் புள்ளைங்க அவ கூட இல்ல
பேராசையை இன்னிக்கும்
அவ தேடவில்ல..
தேடி வந்து பாக்க ஆளு ஏது
தெருவோர தேவதையப்பா இது..!

மன்றாடும் மனிதநேயம்

வயிற்றுக்குள்ளே நிறைந்த
வைரமொன்று
வைத்துக்கொண்ட வைதேகி
கழுத்து நெளிவில்
கொஞ்சம் தங்கம்
இட்டுக்கொண்டு செல்கையிலே..
தவித்த நெஞ்சின் தாகந்தீர
கடையோரம் சென்றவளை..
பாதள சாக்கடையை
பாலென்று பருகியவன்தான்..
அழுக்குக் கரத்தால்
அவள் கழுத்தை
அச்சமேதும் மிச்சமின்றி
இருகப்பற்றி இழுக்கையிலே..
சட்டென்று சரிந்தவளை
சாலை நெடுக சிராய்த்தானே...
உடல் முழுதும் உராய்ந்தும்
உச்ச கட்டமாய் போராட்டம்
கழுத்துக்கும் கயவனுக்கும்....
ஊரெல்லாம் நிறைந்திருக்க..
உஸ்ஸென்று உறைந்திருக்க..
மனிதநேயம் மன்றாடிக் கிடந்தது
மயங்கும் மாலைப்
பொழுதொன்றில் பகல் கூத்தாய்...
அங்கு அவள் மட்டும்தான்
கர்ப்பிணி..
மற்றவருக்கு மனதெல்லாம்
பிணி...!!!

மொழி வனப்பு

நடப்பு மொழிகள்
அகிலத்தின் அதிசயமாகிடுமா..
நல் சிறப்பு மொழியது
நம் மண்ணில் பிறந்து
தவழ்ந்து தழைத்திடையில்...

கன்னித் தமிழெழுத்தின்
வளைவுகளும் நெளிவுகளும்
கந்தர்வக் கோலமாய்
கல்வெட்டில் இளைப்பாறும்..
எண்ணித் திளைத்திருக்கும்
புலவராலும் புனைபவராலும்
எதுகை மோனையாய்
ஓலைச்சுவடிகளில் சிலையாகும்..

சிங்கள நாட்டில் சிங்கமாய்
சிங்கப்பூரில் சிங்காரமாய்
மலேசியாவில் மந்தாரமாய்
இதர நாடுகளில்
இயல் மாறா ரீங்காரமாய்
ஒலிப்பதென்ன ஓங்கி
செழிப்பதென்ன...

ஏற்றமும் இறக்கமும்
எழுத்தில் செதுக்கி
உயிரும் உவமையும்
ஊற்றாய் பெருக்கி
அணியின் அழகோடு

முகிழ்த்த மகள்

கனியாய் இனித்து
சீரும் அடியும்
சிறப்பாய் குலைத்து
அமைந்தது பைந்தமிழ்...
இத்தாய் தமிழ்நாட்டின்
அழகியதொரு நீர்க்குமிழ்...!!!

கேள்விக்கென்ன பதில்??

கேட்டுத்தான் பார்ப்போமே!!
எனும் பல கேள்விகள்
இன்னுமும் கேட்கவில்லையா??
எனும் கேள்விக்குறிகளை
தாங்கிக்கொண்டும்
தூங்கிக்கொண்டும்
ஒற்றைக்காலில் தள்ளாட்டத்துடன்
கூடிய நிதானக்கோலம்
பூண்டிருக்கிறது...

கேட்டு முடியும் நேரம்
கேள்விகள் மறைந்தால்
மனதிலொரு பாரம் பெருமளவு
குறைந்தால் சரி..
ஒருவேளை, உறவே
முடியப்பெற்றால்
நம் வாழ்க்கைப் புத்தகத்தில்
மற்றுமொரு பாடம் கூடிவிடுமே...??

கேள்வி என்னவோ
ஒரு பருக்கைச் சோறுதான்..
அதைச்சுற்றி எழும்பும்
குழப்பங்கள் தான்
புனல் மீதேறி புகைவிட்டு
விருந்தே படைக்கிறது...

இந்தக் கேள்விகள்தான்
எத்தனை வினோதமானவை??

முகிழ்த்த மகள்

ஒவ்வொருவரிடமும்
பழக்கங்கள் பருவமடைந்து
பந்தியிடும் வேளைதான்
இலையில் கிழிசல் போல்
கேள்விகள் கர்ப்பமடைந்து
சடங்கு செய்துவிடுகிறது...

இதில் மட்டுந்தான் கர்ப்பம்
கருவிலேயே கலைவது
வரவேற்கப்படுகிறது போலும்..!!
கேள்விகள் பிரசவித்து விட்டால்
'நட்பெனும் கற்பு'
கலங்கமாகிவிடுகிறது...!

வீட்டு வேலையாள்

பொத்தான்கள் இல்லாத
செருப்பும் இல்லை..
பொத்தி பொத்தி வளர்த்த
பிள்ளைகளும் இல்லை...

மூன்றுவேளையும்
உழைத்து களைத்தும்
வேலை ஒன்றும்
ஓய்ந்த பாடுமில்லை..
மூச்சை தொலைத்து
முடிந்து போனால்
அள்ளிப்போடவும்
ஆளே இல்லை...

எச்சில் பாத்திரம்
கழுவாத நாளுமில்லை...
மிச்ச சோற்றை
உண்டு மட்டும்
வயிற்றை கழுவாத
பொழுதுமில்லை...

தெம்பு நிறைந்த
வயதுமில்லை...
தேடிவந்து அண்டி
அணைத்து ஆறுதல்
சொல்ல உறவுமில்லை...

முதிர்ந்த பழுத்த கிழமாயினும்
நேற்று பிறந்த சிசுவாயினும்
வாந்தி பேதி என்றானால்
நித்தம் நித்தம் சுத்தம் செய்ய
உன்னையன்றி வேறில்லை...

ஓய்வுமில்லை..
தோய்வுமில்லை..
ஓட்டம் மட்டும்
ஓயவில்லை..!!
அந்த வீட்டு வேலையாளுக்கு...

சாமர்த்தியம்

வட்டமுகமென சுழன்று
கொண்டிருக்கும் வாழ்க்கையில்
ஆங்காங்கு அள்ளி வீசிய
கரும்புள்ளியாக
பற்பல அவமானங்கள்.....
அவை அனைத்தையும்
சிறப்பாய் செதுக்கியெடுத்து
காலங்காலமாய் களையிழந்த
வாழ்க்கை முகத்தை
பொலிவூட்டும் புதுமை செய்து
புள்ளிகளுக்கு புத்துயிரூட்டி
திருஷ்டி பொட்டாய் திறம்பட
மாற்றியமைக்க முடிந்தால்
வாழ்க்கை பேரழகே...!!

கடலோரக் கவிதைகள்

கடலோரக் கவிதையாய்
வெட்கம் ததும்பிக் கோலமிட்டு
குழைந்து கொண்டிருக்கும்
கன்னி மரம்
எட்டியெட்டி ஓரக்கண்ணால்
இரசித்து கொண்டிருந்தது
ஆழி ஈன்றெடுத்த
ஆரவார அலைகளை...
அலையோ ஆவலாய்
முன்னும் பின்னும்
ஆட்டம் போட்டு கூச்சலிட்டு
கும்மாள கேளிக்கையுடன்
அங்கொன்றும் இங்கொன்றுமாய்
ஆனந்தமாய்அலைவதென்ன...
இவ்விருவருக்குமான காதலுக்கு
இடைப்பட்ட தூதுவனாய்
கரை ஓரங்கள் யாவும்
கதை பரிமாற்றங்கள் செய்து
கதகதப்புப் கம்பளி
போர்த்திக் கொண்டிருந்தது....

காதலென்றால் எதிர்ப்பில்லாமல்
என்ன சுவாரஸ்யம்..!**?**
வீறு கொண்டு வெட்டிச் சாய்த்தான்
அந்த விறகுவெட்டி
மரப் பெதும்பையை...
துண்டுகளாக்கி விடப்பட்டவள்
துவண்டு விடவில்லை...

கைசேர துடித்துக்
கொண்டிருந்தவள்
கடவுளின் காலடி கெஞ்சி
ஆசாரியின் கைப்புகுந்தாள்...
எழில் மிகுந்த
பேரழகுப் படகாய்
அலையிடத்தே அகம் சேர்ந்தாள்..
தவம் கிடந்த தலைவன்
தலைமீது தாலாட்டினான்..!!!

இயற்கை ஈன்ற பிள்ளைகள்

அண்டசராசரத்தின் அதிபதியான
முதலாளி கதிரவன்
தனது கோபக் கனல்களால்
மக்களைக் கடிந்து
கொண்டிருக்கும் நிலையிலும்...
உடலே கருகினாலும்
கம்பீரமாய் உழைத்துக்
உருகி காயும் மரங்களுக்கு
விடுமுறையேது..!?
கனிவே உருவான
மேகக் கன்னிகள்
இதன் துயர் கண்டு
கண்ணீர் சிந்த
சளி பிடித்து மூக்கொழுகி
காய்ச்சலில் நடுங்கும்
இலைகளை கண்டு
கண்குளிர்கிறாள்
இவைகளின்
இயற்கை பேரன்னை...!!!

வலைதள கிருமி

சமூகத்தில் வலைதளம்
இல்லையோ..?
வலைதளத்திற்குள் தான்
இந்த சமூகமா என்றெண்ணிட....
பதிவுகள் பல்லாயிரம்
படர்ந்திருக்கும்
வலைதள வனத்தினுள்
பதுங்கி வருவராம் பாதி வீரர்கள்..
மேம்படாத எண்ணமதை சிரத்தில்
இரத்தின கீரீடமென சுமந்து..
நாவில் வாளேந்தி அதில்
சிறிது நஞ்சை தெளித்து
கருத்துரையாற்ற கருகிய
வார்த்தைகளால் கத்தி சுழற்றி..
பின் எதையும் விழுங்காது
துப்பி விடும் துணிச்சல் காரர்கள்..
எவரையோ தாழ்த்தும் தாகத்தில்
கழிவு மனத்தோடு இழிவுபடுத்தி
தனது தரத்தை தானே தாழ்த்தும்
விமோசனமில்லா விமர்சகர்கள்..
இவர்கள்
சாக்கடை சரீரம் கொண்ட
சந்தர்ப்பவாதிகள் என்றால்
மிகையாகாது..!!

நெசவு

சாட்டை சுழற்றும்
சத்திரியர்களுக்கு இடையில்
ராட்டை சுற்றும் ரவிவர்மர்கள்
இவர்கள்...

மகாத்மாவின் வாடை கொய்து
மானம் காக்கும் ஆடை நெய்து
சூடிக் கொள்பவனின்
இலட்சணம் கூட்டி
வறுமையில் வாடிக்
கொண்டிருக்கிறான் நெசவாட்டி...

தினக் கூலிக்கு தறி ஓட்டி
தன் பிள்ளைக்கு ஒருவாய் ஊட்டி
அழகுப் புடவைகளுக்கு
பின்னிருக்கும் அதிசயத் திறள்..
தவித்துக் கிடக்கும் பல
தகப்பன்களின் கூக்குரல்..

வண்ண நூல்களை
பிடித்துக் கோர்க்கும் விரல்கள்..
அந்த கலைஞரின்
வாழ்க்கையில் மட்டும்
ஏன் இருள்கள்..

நெய்து வரும் கதரின் அருமை
பொய்த்துப் போகிறது
இன்றைய மனிதப் பதரின்
நெஞ்சில்..

விலை போகுமா
வெள்ளைத் தொழில்..
விவசாயத்திற்கு பின்
கொள்ளை எழில்..
நெசவில் மட்டுந்தான்
அறிந்திடு...கைகொடு...!!!

அஞர் அகற்றும் அன்பு

நடை பயிலக் கற்றுக்கொண்டு
நந்தவனத்தில் நகர்வலம்
சென்று கொண்டு
கடந்து சென்றாலும்,
சூடிக் கொண்டாலும்
மலர்ச் செண்டாய் மணம் கமழும்
மழலையின் முழு உருவாய்
இந்த அன்பு...

விழிக்கூர்மை புறந்தள்ளி
அன்பெனும் உலர் பழங்களை
பார்வையால் சற்று தூவி
செய்த பாற்கன்னலாய்
பேச்சுகளை பொழிய
அதைக் காதுகள் அருந்த
நாவூறும் இனிப்புச் சுரங்கமாய்
இந்த அன்பு...

விடைபெற்று விரையும்
கணப்பொழுதில் கசியும்
கண்ணீர் தீட்டும்
நினைவோவியங்கள்...
இமை சிமிட்டல் கூட
வலியென தோன்றும்
சில நொடி அவஸ்தைக்கு
புன்னகை பூச்சு...
அவ்விடம் அரியணை ஏற்கும்
அரசனாய் அன்பு...

கள்ளம் மறைக்கும்
கண்கள் கண்டு
கையும் களவுமாய்ப்
மடக்கி பிடித்து
கணக்கற்ற கேள்விக்
கணை தொடுத்து
காலந் தவறிய பதில்கள்
பல கேட்டு
துவண்டவரை தோளில் சாத்தி
ஆசுவாசிக்கும்போது
அன்னையாகும் அன்பு...

போட்டிகள் மறந்து,
பொறாமை துறந்து
என் சிரிப்பு உனதென,
உன் கண்ணீர் எனதென
யாக்கை வேறினும்
ஆன்மா ஒன்றாய்
சுவாசம் சிறுத்தாலும்,
நேசம் நிறைந்து
திருவுருவம் தவிர்க்கும்
ஆண்டவனாய் அன்பு

கட்ட இயலா காலக் கன்னிகை

அளப்பரிய அறிவியல்
அதிசயங்களை
அள்ளி அள்ளித் தெளித்தாலும்
ஆகாயத்தில் அஞ்சாமல்
வட்டமிட்டு
அம்புலிக்கு அடிக்கடி
சென்று புளித்தாலும்...
அகன்ற அவனியில்
ஆன்மாவையும் ஆடையையும்
அழகாய் தரித்து
ஆங்காங்கு தவித்து
திரிந்து கொண்டிருக்கும்
அரைகுறை
அடையாளங்களாலும்
(மனிதனாலும்)
அது முடியாது...

இயற்கையை இயல் மாறாமல்
இரட்சித்து பெருக்கச் செய்தாலும்
இரவையும் பகலையும்
இஷ்டம் போல
இடமாற்றம் செய்தாலும்...
இராட்சத அணுவாய்
இயங்கி கொண்டிருக்கும்
அண்ட பேரண்டங்களாலும்
அது முடியாது...
இத்தனை இலகுவாய்

கடந்து செல்லும்
காலக் கன்னிகயை
கட்டிப் போடுவதென்பது...!!!

கண்களால் கைது செய்

காரிருள் சூழ்ந்த ககனம் கசியும்
வெண்ணிற மதியின் மடியில்,
ஒளிச் சிதறலின் வெளியில்
மதியிழந்து மனம் திறந்து
கதைத்து மகிழும் சமயம்
மகா மஞ்சிமம்...

வைகறை வேளை வருகை தந்து
கதிரவனின் உதயம் கண்டு
நேத்திரம் மறைக்கும் நெகிழ்ச்சியும்
மந்தகாசம் சிந்தும் இதழ்களும்
புனைந்திடும் கவிதை நொடிகளும்
மகா மஞ்சிமம்...

கார்முகிலின் கலைந்த கோலம்
தேவன் வரைந்த திவ்விய ஓவியம்
தூர வைத்த தூரிகையை
தேடி எடுக்க தூண்டுவதால்
தஞ்சம் புகும் தருணங்கள்
மகா மஞ்சிமம்...

இறைவன் படைப்பில்
அனைத்தும் அழகே
இரசனையை பார்வைக்குள்
பெரிதாய் பெற்றவர்களுக்கு...

- ககனம் - வானம்
- மஞ்சிமம் - அழகு
- வைகறை - அதிகாலை வேளை

உலவல்

இரவு

உடைந்த மனதின்
சுக்குநூறு குவியல்களையும்
அவளது கவலைகளையும்
கரைபுரண்ட கண்ணீரையும்
காரிருளில் மறைத்து
எடுத்து வர உதவுகிறது...

தனிமை

காயம் நிறைந்த
இறுகப் பற்றிய
அவள் ஆன்மாவின்
மேலாடையை விழிநீர்
இட்டு பதப்படுத்தி
வலி பொங்கினும்
கிழித்தெரிய உதவுகிறது...

காற்று

அத்தோலாடையை
பத்திரப்படுத்த விழைந்த
அவளை முகத்திலறைந்தும்
இதமாய் கார்குழல் வருடியும்
ஆசுவாசப்படுத்தி வலி நிறைந்த
வஸ்திரத்தை தன்னுடன் தூக்கி
பறந்து செல்கிறது...

அமைதி

ஆடையற்ற அவள் ஆன்மா
யாருமறியா வண்ணம்
தன்னை புதிதாய் உணர்ந்து
புத்துயிர் பெற்று
புத்தாடை உடுத்தி
விரக்திப் புன்ன(ந)கை சூட்டி
தூக்கத்துடன் ஐக்கியமாக
உதவுகிறது...!!!

அழிக்கும் பேசி

இளைய தலைமுறையினரின்
சமூகம்
இணையதள முறைச்
சமூகம் ஆனதா??
நன்றெது தீதெது
தெளிவாய் தெரிந்தும்
நேர்மை நீக்கிய
வாழ்க்கை ஏனடா??
ஆறடி வெற்றிடம்
நிரந்தரமென அறிந்தும்
அரை அங்குல அலைபேசிக்கு
அடிமை ஆனதா??
நித்திரை தவிர்த்து
நேத்திரம் வருத்தி
தொடுதிரை நகர்த்தும்
தாகம் ஏனடா??
நிழலுலகில் நிறைவுறும்
நெஞ்சம் தகர்த்து
நிஜவுலகில் நிவப்பு காணும்
வாழ்வை வாழடா..
நீயென்று உனதென்று
இறுக்கத்தில் வாழாமல்
நாமென்று நமதென்று
நட்புடனே நடக்கலாம்...

ஒற்றை செருப்பு என்ன செய்யும்?

காந்த சக்தி ஏதுமில்லை
கால்கள் இரண்டும் போதவில்லை..
விதவிதமாய் வித்தியாசமாய்
மேனி மினுங்கும் கவர்ச்சி பொங்க..
உடைக்கேற்ற நிறத்தில் உறவாட
அலமாரியெங்கும் அலங்காரமாய்..
ஒய்யார உருவில் ஓய்வெடுத்துக்
கிடக்கும் பகட்டென்ன
பகுமானமென்ன
செருப்பெனும் சீமாட்டிக்கு...

ஆயுளென்றால் அறைகுறைதான்
உடம்பு கவர்ச்சி பெருங்குறைதான்..
கல்லும் முள்ளும் குத்திக் கிழித்தால்
அப்போ காக்க வந்த
கடவுளுந்தான்..
ஓயாமல் உழைத்தாலும்
ஓரமாய் ஒதுங்கிப் போய்
கிடக்குந்தான்...
காலங் கடந்து தேய்ந்தாலும்
ஓட்டை விழுந்து மாய்ந்தாலும்
எப்பொழுதும் மாறாது
காலணியின் கண்ணியந்தான்..

சீமாட்டியோ கண்ணியவானோ
துணையிலொன்று எங்காவது
தொலைந்தாலும் பிரிந்தாலும்
வீதியில் விட்ட வெண்ணிலாதான்..
செருப்பிலடித்த வண்ணமாய்
செருப்பு சொல்லும் கருத்திது
மானுடனுக்கும் இக்கதிதானென்று..
காசு பணம் தேவையில்லை
காதலுடன் ஒட்டிக்கிடக்க..

கொஞ்சம் அன்பு போதுமய்யா
கெஞ்சுதுபார்
தொடுதோலைய்யா...!

மானுட பிரயாணம்

விளையாட்டாய் விரலூன்றி பின்
கல்வி விருட்சத்தின் வேரூன்றி..
களையெடுப்பது போல்
பல கலைகளை
காலப்போக்கில் கடைந்தெடுத்து..
காளை வயதில் காலூன்றி
காதலும் கனவுகளும்
கற்பனையில் களைப்பாற்ற
அடியெடுத்து வைத்தவுடன்
அடி விழுந்து அழுவதென்ன...**??**
ஆதங்கம் அவனை ஆண்டாலும்
ஆச்சர்யங்கள் என்றும்
தீண்டாமலில்லை..
வேறு எதையும் வேண்டாமல்
வெறுப்பாய் நெறுப்பாய்
நாட்கள் சென்றாலும்
நிமிடங்கள் தின்றாலும்
நாத கீத மேள ஆசை
தூண்டாமலுமில்லை..
நந்தவனச் செண்டுகளாய்
நிஜங்கள் கமழாமலுமில்லை..
நாட்குறிப்புகள் நகர்ந்து செல்ல
நகல்கள் எல்லாம் வளர்ந்து தள்ள
நினைவுகள் தவணை முறையில்
நகர்ந்து கொள்ள..
வாலிபத்துக்கும்
வயோதிகத்துக்கும்
இடையே வாழ்க்கை

வெற்றி கொள்ள
மீண்டும் ஒருமுறை
மழைலையான விரல்கள்
மண்ணுக்குள் இளைப்பாறச்
சென்றதோ...!!!

விவசாயம் அவசியம்

ஏறெடுத்தும் பார்க்காத
நிலையில் விவசாயம்..
ஏர் எடுத்துப் பார்த்தால்
கருத்திடும் உடல் சாயம்..

கணக்கற்ற காயம் கண்ட
உழவ நெஞ்சம்
அவன் மனையிலோ
பழையது மட்டுமே மிஞ்சும்..
மன வலிமைக்கு
என்றுமில்லை பஞ்சம்
முழங்கை மட்டுமே கிழம்
கண்ட ஒரே மஞ்சம்..

பொழிலுக்கு பசியாற்ற
எழிலற்ற தேகம்
வயலுக்கு நீர் இறைக்க
வான் கண்ட தாகம்..
சுவையான உண்டி மேல்
சிறுதுமில்லை மோகம்
இவனுக்கு படியளக்க
எவருமில்லா சோகம்..

சாகுபடி செய்து ஓங்கி
செழித்த மென்புலம்
சாகும்படி செய்து விடுகிறது
இன்றைய குபேரர்களின் பின்புலம்..

திளைத்து போற்ற
வேண்டியதொரு துறை..
இளைத்து தோற்றதாக்கி
விட்டுக்கொண்டிருக்கிறோம்...!!!

காலி குவளை

தேனை தவறவிட்டு
நீரை உலரவிட்டு
வெற்றுக் கோப்பையை
உற்றுப் பார்ப்பதே
தேநீர் குவளையின்
தெவிட்டா இன்பமென
சுகங்கொண்டிடவே
இந்த விஞ்ஞான
பரிணாமங்கள் போலும்...

ஏதுமற்ற காலி குவளைபோல்
வாழ்வே வாழாமல்
வசதி சேர்த்தென்ன
பயனென்ற
அஞ்ஞானம் முடுக்க
சிறு கருவியும்
கிட்டுமானால்
சற்றே தகும்...!!!

கானகமும் கன்னிப்பெண்ணும்

அனந்தசயனம் கொண்டுள்ள
ஆல விருட்ச வேர்கள் போல
நீண்ட சுருள்கள் நிறைந்த
கூந்தல் குவியல்காரி..
அஞ்சனம் இட்ட கண்களோடு
அனஞ்சனத்தின் ஆச்சர்யங்களை
கண்டுகொண்டிருந்தாள்...

ஆளில்லா அத்திவன காட்டினுள்
அத்துமீறி நுழைகிறது
அந்தி வானத்தை அளந்து
கொண்டிருந்த
அவளது அந்த இரண்டு
அழகு நேத்திரங்கள்...
தவசிகளும் தரிசிக்கும் வனப்பை
தன் அகத்தினுள்ளே
தவழ விட்டிருந்த கானகம்..
கண்களுக்குப் புலனாகாத
கதவுகளை கம்பீரமாய்
திறந்து வைத்து காத்திருந்தது
அவளின் வரவையொட்டி...

தாகத்துடன் தவித்திருந்த
அவளது பார்வைக்கு
பனியுடன் படர்ந்து
விரிந்திருந்த பசுங்காடு..
பச்சை நிறத்தை தானே
பக்குவமாய் பிய்த்து எடுத்து

மரகத குவளையில்
கொஞ்சம் கொடுத்திட
பவித்திர புன்முறுவலுடன்
பருகிக் கொண்டிருந்தாள் பாவை...

திவ்வியத்தை இரசித்துக்
கொண்டிருந்த
தேவதையின் பளிங்கு பாதங்களை
சரண் புக..
உச்சந்தலைமீது இருந்த
இச்சி மரத்தின் இலைகள்
தலைசுத்தி விழுந்தது
அவள் காலடியில் தான்
வாழ்வு கலைநயமிக்கதென...!!!

அஞ்சனம் - கண்களில் இடும் மை
அனஞ்சனம் – ஆகாயம்
வனப்பு – எழில்

ஏற்றத் தாழ்வு

நெய்தல் நிலந்தொட்ட
துருத்துமாட மாளிகையில் திரியும்
கொண்டல் காற்றும்
குளிரத்தான் வைத்திடும்...
நெடும்பொழுது
நெத்திலி வாடையுள்ள
குடிலுக்குள் குமையும்
வாடைக் காற்றும்
குளிரத்தான் வைத்திடும்...

காற்றுக்குத்தான் வேலியில்லை –
அதை தாங்குபவனுக்குத்தான்
தகுதியளவில்
வேறுபாடெனும் பெரும் வேலி...!!!

- துருத்துமாடம் - பால்கனி
- கொண்டல் காற்று - தென்மேற்கு காற்று
- வாடை காற்று - வடகிழக்கு காற்று

சாட்சிக் கூண்டு

மாற்றாந் தோட்டத்து
மல்லிகைச் செடிகளின்
மகரந்த மணமதை
மனதார முகர்ந்து கொண்டு..
மயக்கத்தில் சிந்தை சிறகடிகத்துக்
கொண்டிருந்த நொடிதனில்..
நம் கைகளின் பிடியில்
சயன நிலையில் சாய்ந்திருந்த
ரோஜா கொத்தின் முட்கள் கீறி
கவனத்தை காந்தம் போல
இழுத்து நிமிர்த்தி நேராக்கிடும்
காட்சி போலத்தான்..
தடுமாற்றம் துளிர்விட்டு
தூக்கிலிடும் வரை
காலம் கடத்தாமல்
உரிய நேரத்தில்
உதைத்துத் திருத்தும்
ஓய்வில்லாப் பணியில்
உழன்று கொண்டிருப்பதுவே
'மனசாட்சி'...

உறுத்தல் என்ற ஒருசொல்
உருவாக்கப்படவில்லை எனில்
குற்ற உணர்ச்சியற்ற
குறுக்கு வழி நெஞ்சங்கள்
மட்டுமே உலவித் திரிந்திருக்கும்...
ஆசைக்கும் அவஸ்தைக்கும்
ஆழிப்பேரலை

முகிழ்த்த மகள்

தூரமொன்றுமில்லை
நிதானமற்ற சில நொடி
தடுமாற்றங்களே...
அரைக்கால் சட்டை
அணிந்த வயதில்
அருகிலமர்ந்த நண்பனின்
கண்கவர் பென்சில் பெட்டியின்
மீது வரும் ஆசைப்பார்வை
திருட்டைத் தேர்வு செய்யவிடாமல்
போராடி பிடித்து இழுக்கும்
நொடியிலிருந்து,

அரைகுறை மதிப்பெண்களை
அம்மா, அப்பாவிடம்
மறைத்து மழுப்பி
தேர்வுத் தாள்களில்
தானே கையெழுத்திடப்
போகும் வேளையில்
மாட்டிக்கொண்டால்
தன் தலையெழுத்து
தலைகீழாகிவிடும் என்று
மடக்கிப் பிடித்து இழுக்கும்
நொடியிலிருந்து,

ஆசை ஆசையாய்,
ஆழத்திலிருந்து
அடியெடுத்து வைத்த
முதல் காதலை
கைப்பிடிக்க வேண்டி
ஊண் உயிரிட்ட உள்ளங்களை
உதைத்து தள்ளி விட மனமில்லாது
ஊற்றெடுத்த உணர்வுப் பெருக்கை
உள்ளடக்கி
தியாகத்தை தேர்ந்தெடுத்து
திறம்பட செயல்பட வேண்டி
நம்மைப் பிடித்து இழுக்கும்
நொடியிலிருந்து,

மிச்சமிருக்கும் சொச்ச கால
இயல்பு மற்றும் இல்லற வாழ்வின்
இடுக்குகள் வரை,
பல்வேறு படிக்கட்டுகளில்
பதமாய் ஏறி இறங்கி வழிசெய்ய
மனசாட்சியுடனான
நம் போராட்டம்
முற்றுப்பெறவில்லையெனினும்
நல் முடிவை முன்னிறுத்த
மனசாட்சிக் கூண்டின்
போராட்டங்கள் அவசியந்தான்...!!!

நினைவோடு நித்திரை

படுக்கை
பரிதவித்து கிடந்தது....
தூக்கத்திடம் தொலைந்து
தொலைவு போக வந்த
தூரிகை விழி கொண்ட
காரிகையை
வாய்மொழி அடைத்து
வருடிக்கொடுக்க படுக்கை
பரிதவித்துதான் கிடந்தது.....

செவிமடல்
செக்கச்சிவந்து கிடந்தது....
மங்கிய மஞ்சள் ஒளி
வதனத்தில் வழிய
மயங்கும் மெல்லிசை
மெதுவாய் உள் நுழைய
குயிற்குரலில் வீசிய குளிரில்
செவிமடல்
செக்கச்சிவந்துதான் கிடந்தது....

நித்திரை
நடுங்கிப்போய் கிடந்தது....
காலந்தொட்ட
கசப்பையும் இனிப்பையும்
கைப்பிடித்த நினைவுகள்
கால் பிடித்து கதறியது
இந்த இரவிலும்
இடம் கேட்பதையெண்ணி
நித்திரை
நடுங்கிப்போய்தான் கிடந்தது....!!!

பஞ்சபூத சூட்சமம்

காற்று :

அறைக்கூவலிட்டு
அசைந்தாடிக்கொண்டிருக்கும்
அருமைக் குளிர் காற்றுக்கு
தெரியவில்லை,
தன்னியல்பெனக் கொண்டுள்ள
தாண்டவமானது கேட்பாரற்று
கட்டாந்தரையில் கிடந்துருண்டு
கால் வயிறும் அரை உயிருமாய்
கிடக்கும் யாசகனுக்கு
தேவைப்படாதென்று...

ஆஸ்துமாவால்
அன்றாடம் அவதியுறும்
அப்பாவுக்கு தெரியவில்லை ,
அந்த சன்னலைத் (சாளரத்தை)
திறந்தால் வரும்
சரீரம் வருடும் சந்தனக் காற்றானது
சமீபத்திய குளிர்சாதன அறைக்கு
கொஞ்சமும்
குறைவில்லாததென்று...

நெருப்பு :

அழையா விருந்தாளியாய்
அடவிக்குச்(காடு) சென்ற
அனலுக்குத் தெரியவில்லை,
அன்னார்ந்து கொண்டு
அரணாய் நிற்கும்
மரங்களின் விருப்பமின்றி
அதனைத் தீண்டியதால்
வனத்தின் வனப்பும் ,
விலங்குகளின் விதியும்
ஒருசேர உயிரிழந்து
கொண்டிருக்கிறதென்று...

மண்குடிசை அடுக்களையில்
மயங்கி கிடக்கும் பாட்டாளிக்கு
தெரியவில்லை ,
ஏழை வயிற்றின்
அணையாத் தழலில்
குளிர்காய்ந்து கொண்டு
உழைப்பை உறிஞ்சி,
பசியைப் பிச்சையிடும்
முதலாளிகளின் மூர்க்கம்
உள்ளவரை
தீங்கங்கு கூட
தங்கப்போவதில்லையென்று...

நீர் :

அசாதாரண வகையில்
அள்ளித் தெளித்த மழைக்கு
தெரியவில்லை ,
பொழிலின்(மழை) வருகை
மனை வாசல் வரை மட்டுமே...
எழில் சிந்தும் மேனியதனில்
சிறு பூசல் செய்யினும்
வாஞ்சை கொஞ்சிய
வரவேற்பெல்லாம்
வற்புறுத்தப்பட்ட
விரட்டலாகிவிடுமென்று...

காணி நிலத்தை கண்ணீரால்
உழுதுகொண்டிருக்கும்
உழவனுக்கு
தெரியவில்லை...
மறுசுழற்சியை மறந்துவிட்டு,
மாசுக்கும் தூசுக்கும் தூபம் போட்டு
தூண்டிவிடும் மனிதனால்
தட்பவெப்பநிலை தகர்ந்து,
மழைக்கு அதன் பணியே
மறந்துபோய்விடுகிறதென்று...

நிலம் :

பல்லுயிர்களைப் பிரசவித்து
பார்த்துக்கொள்ளும்
பூமித்தாய்க்குத்
தெரியவில்லை...
மனித மனங்கள் வசதி காண
நில வளத்தை குலைத்து
வதைக்கச் செய்தும்,
நெகிழிகளால் நச்சை நிறைத்து
சிதைக்கச் செய்தும்
பேணுவதில்
கைதேர்ந்தவர்களென்று...

இரசித்துப் புசிக்க
உயிரை இரவல் வாங்கி வந்த
இடவம்(பூமி) பிள்ளைகளுக்குத்
தெரியவில்லை...
இரசாயன பூச்சிக்கொல்லிச்
சத்துமிக்க உணவுகளை
இராஜ போஜன உணவகத்தில்
உண்டாலும்
நிலை குலையப்பட்ட
நிலத்திற்கு தெரியும்
இப்பூத உடல்கள் ஆகாயத்தில்
புதைக்கப்பட
போவதில்லையென்று...!!!

ஆகாயம் :

விண்வெளியின் விந்தையான
விண்மீன்களை தாங்கிய
வானத்திற்கு தெரியவில்லை...
இடியென பெயரிடப்பட்ட
இரும்புக் கரமது
இறங்கி வருகையில்
இடர்படும் வகையில்
மரத்தின் அடியில் மானுடன் நின்றால்
உயிர்கள் உடலிழந்து விடுகிறதென்று...

அல்லும் பகலும் அயராது உழைக்கும்
அறிஞர்களுக்குத் தெரியவில்லை...
அறிவியலும் ஆராய்ச்சியும்
இணைந்து பெற்றெடுத்த
நவீன ஏவுகணைகளால்..
நிலவும் நிறமிழக்கும்;
அவ்வப்போது மேகத்தைப் போர்த்தி
கண்ணயரும்
ஆகாயமும் அடக்கம்
செய்யப்படுகிறதென்று...

சுயநலம்

உழைத்து, உண்ண உபயோகிக்கும்
உலக்கை கரங்கள்
உதவிக்காக நீள
எத்தனிப்பதில்லை...
ஆயுள் ரேகை அழுகி
அழியும் நிலையிலிருந்த
அழுகுரல்கள்
அசரீரியாய் அலறிடாது
என்பதாலோ..!?

சி(க)லைகள் சிக்கியிருக்கும்
பல பிள்ளைப் பாறைகளுக்கு
அறிவொளி புகுத்த உளி
கிடைப்பதில்லை...
கல்வியெனும் கருவியே
போதுமெனினும்
விலைக் கற்கள் வீனாய் பதித்து
கருவி காட்சிப்பொருளானது
என்பதாலோ..!?

மனிதனை ஈர்த்திழுக்கும்
புவியீர்ப்பு விசை சக்தி
பறவைகளை எட்டிப்
பிடிப்பதில்லை...
அதன் இறக்கைகள் இரண்டும்
சுயநலத்திற்காக
உலகை சிதைத்திடாது
என்பதாலோ..!?

வேடிக்கை

அரைக்கிலோ மல்லியை
அள்ளி எடுத்து
முகர்ந்தெடுக்கையில்...
நுகரும் மணத்திற்கு
ஓர் உருவம் சமைத்து
முகம் கொடுக்கையில்
பிஞ்சு பேதையொன்று கண்டேன்...!!

பனைமரப் பால்
புளிக்கும் முன்பு
பாகு எடுக்கையில்....
பரிசாய் கிடைக்கும்
பழுப்பு வண்ண
பனை கருப்பட்டி சாயலில்
பிள்ளை நாயொன்று கண்டேன்...!!

சாதிகளும் மதங்களும்
தலை தெறித்து
ஓடிக்கொண்டிருக்கையில்.....
எழும்பு போர்வை போர்த்தி
நாதியற்ற நாற்காலி
நலிந்துபோய் செல்கையில்
மனம் மறித்துபோவதை
கண்டேன்...!!

பால் கிண்ணம்
எடுத்து சென்ற
பச்சைப்பிள்ளை காண்கையில்
வெண்ணிற சாயம் பூசிய
மனிதநேய மொட்டு ஒன்று
மௌனமாய் மலர்கையில்
மனம் மறுபிறப்பானதையும்
கண்டேன்...**!!**

- நாற்காலி - நாலு கால் மிருகம் (நாய்)

அமரனாகிய ஆதவன்

யாமப் பொழுதின்
ஆகாயத்துடன் புணர்ந்து
அனுதினமும் அலைவீசும்
குமரிக் கடல் கன்னியவள்
கர்ப்பம் சுமந்து...
வைகறைப் பொழுதின்
வெளிக் கொணர்வாள்
வையத்தின் வெளிச்சப் பிள்ளை
வெய்யோனை...

காலைப் பொழுதின்
குட்டிக் கதிரவன்
கண்ணயர்ந்து கிடப்பவரை
உலுக்கிவிட்டு உலகம் காண
உவகை கொள்வான்...

நண்பகற் பொழுதின்
இளம் பரிதியவன்
பெற்றவன்(விண்) தோளமர்ந்து
உரிமையாய் உஷ்ணங் காட்டி
உலகை ஆள்வான்...

பிற்பகற் பொழுதின்
பண்பட்ட பகலோன்
தழல் கோபம் சுருக்கி
தன்மை, மென்மை பெருக்கி
தாய், தந்தை தாள்
சரண் சேரும்...
அந்திப் பொழுதின்
அடக்கமாகும் அருணன்
தன் ஆன்ம ஒளி சிதறலை
அம்புலிக்கு அளித்து
அவனியில் அலையவிட்டு
ஆழி, ஆகாயத்தின் அன்பால்
மீண்டும் பிறப்பெடுப்பான்
ஒவ்வொருநாளும்....!!!!

சிறு பொழுதுகள் உரிய நேரம் :-

1.வைகறை - இரவு **2** மணி முதல்
காலை **6** மணி வரை

2. காலை - காலை **6** மணி முதல்
முற்பகல் **10** மணி வரை

3. நண்பகல் - முற்பகல் **10** மணி முதல்
பிற்பகல் **2** மணி வரை

4. எற்பாடு - பிற்பகல் **2** மணி முதல்
மாலை **6** மணி வரை

5. மாலை - மாலை **6** மணி முதல்
இரவு **10** மணி வரை

6. யாமம் - இரவு **10** மணி முதல்
நள்ளிரவு **2** மணி வரை

- அவனி – பூமி
- வெய்யோன் -சூரியன்
- கதிரவன் -சூரியன்
- பரிதி - சூரியன்
- பகலோன் - சூரியன்
- அருணன் - சூரியன்

உணர்வுகளின் உச்சம்

அன்னையின் அக்கறை
திட்டாக மாறுங்கணமே
திகட்டலின் உச்சம்...!!

தந்தையின் செல்லங்கள்
ஏக்கமாக மாறுங்கணமே
எதிர்ப்பார்ப்பின் உச்சம்...!!

தங்கையின் சேட்டைகள்
அலறலாக மாறுங்கணமே
சுட்டித்தனத்தின் உச்சம்...!!

அண்ணனின் சீண்டல்கள்
சண்டையாக மாறுங்கணமே
சரணாகதியின் உச்சம்...!!

தம்பியுடன் ஒப்பிட்டு
போட்டி போட மாறுங்கணமே
போரின் உச்சம்...!!

அக்காவின் அதிகாரம்
அரவணைப்பாக மாறுங்கணமே
அழகின் உச்சம்...!!

தாத்தாவின் கறைவேட்டியில்
கண்டுபிடிக்கப்படும் இனிப்புகள்
குழந்தைதனத்தின் உச்சம்...!!

பாட்டியின் கை மணத்தில்
பண்ணப்படும் பதார்த்தங்கள்
பக்குவத்தின் உச்சம்...!!

பிள்ளைகளின் பேரறிவால்
பெறப்படும் பெருமிதம்
நிறைவின் உச்சம்...!!

ஊனம்

ஆச்சரியங்களின்
அடுத்த வரிசையில்
ஆற்று தர்ப்பையால்
மஞ்சட்குருவி
அழுத்தி நெய்த
தூங்கு கூடு போல்...

தேடலின் தீவிரத்தால்
மனிதன் அவன்
மூழ்கி எடுத்த
தன் திறமைகளை
முத்து முத்தாய்
முயன்று கோர்த்து
மூங்கில் தூளியாக்கி
ஆடிக் களிக்கையில்
பிரபஞ்சமே
பேரானந்தம் கொண்டு
அரை அங்குலத்திற்கு
தன் அகலத்தை
விரித்திடும்...

கனவுகளை துரத்தி
வஞ்சத்துடன் வேட்டையாடி
வெற்றி நாட்டி
வாகை சூடாமல்...
உவகை பிச்சையிடும்
ஊஞ்சலை வைத்து
உனக்கென்ன பயனென்று
சொல்லம்பை வைத்து
சொற்பொழிவு ஆற்றும்
சொச்ச நபர்களால்
அனலாகிப் போகும்
கணங்கள்
ஊனமாகிப் போகும்
உள்ளங்கள்...

திறனை ஊக்குவித்து
தூளியை ஆட்டுவிக்க
முடியாவிட்டாலும்
உதாரணம் காட்டி
ஒப்புமை படுத்தி
உமிழ்ந்து விடாமல்
இருந்தாலே
திறமைசாலிகள்
மாற்றுத் திறனாளிகளாய்
உணராமல் இருக்க உதவும்..

இவைகளைக்
கண்டு கொண்டிருக்கும்
பிண்டங்களை சுமக்கும்
அண்டத்திற்கு
கிடைக்கப்போவது
விரிவுகளா
அல்லது
விரிசல்களா...!**?**

- தர்ப்பை - புல் வகை
- மஞ்சட்குருவி - தூக்கணாங்குருவி
- தூங்கு கூடு - தூக்கணங்குருவிக்கூடு
- தூளி - ஊஞ்சல்/தொட்டில்

ஆழம் பார்த்தல்

தேநீரின் மணத்திற்கு
பின் மங்கலாய் மறைந்துள்ள
அதை உருவாக்கியவரின் குணம்
முதல் ருசியில் தெரிவது
வேடிக்கையின் ஆழம்...

பற்கள் மினுங்க சிரிக்கும் வெண்மதி
கார்மேகத்தையே கருங்கூந்தலாக்கி
தன் முகத்தை அதில்
பாதி புதைத்ததும்
பின் பிறையாக மாறிக் கொள்வதும்
வேடிக்கையின் ஆழம்...

எத்தனைபேர் மிதித்துச் சென்றாலும்
தன்னை நம்பி கைப்பிடித்த
காலைப் பனித்துளியை
கண்ணியம் காத்து
தாங்கி நிற்பதை நோக்குவது
வேடிக்கையின் ஆழம்...

ஆயிரம் நரைமுடிகளுக்கு
பின்னால் இருக்கும்
இளமைச் சாயமும்
வேரூன்றியிருக்கும் கவலைகளும்
கண்களுக்கு தென்படுவது
வேடிக்கையின் ஆழம்...

வேடிக்கையுடன் இரசனையை
கலந்தால் கிடைக்கும்
எழுத்துகளினால்
படிப்பவர் மனதையும்,
புகைப்படங்களினால்
பார்ப்பவர் மனதையும்
ஈர்க்கும் காந்தம்
புதைந்திருப்பது கூட
ஆழம் தான்...!!! அழகு தான்...!!!

சிறந்த அத்தியாயங்கள் எது?

நம் அப்பாவித்தனத்தை
நாளும் எண்ணி
நம்மை ஏமாற்றிய
நயவஞ்சகன் போல்
நன்றி கெட்டவன்
அல்ல நானென்று
பெருமிதம் கொண்டு
அதை
பெற்றோர்களிடம் மட்டுமே
இனிவரும் நாளில்
சமர்ப்பிக்க வேண்டும் என்று
உணர முடிவதால்
இது வாழ்வின்
சிறந்த அத்தியாயம்...!!!

அருகதை அற்றவர்
அவச்சொல் கூறினால்
அவரவர் மனதின்
அழுக்கின் ஆழம்
அறியப்படும் வேளை
இதுதானென்றும்...
இழிச்சொல் கேட்டு
இழுக்கொன்றும் நேர்ந்திடாது
இக்கணம் நமக்கென்று
தன்னம்பிக்கை துளிக்கையில்
இது வாழ்வின்
சிறந்த அத்தியாயம்...!!!

முகிழ்த்த மகள்

நிராகரிப்பின் நிந்திப்பால்
தன்மானச் சுடர்
தனலென ஓங்கி
மூளையெனும் களஞ்சியத்தின்
சேகரிப்புச் சிதறல்களை
பக்குவமாய் சமைத்து...
அறிவுப் பசியை
போக்கிட வேண்டி
கிடைத்ததை யெல்லாம்
கற்று(உ)ண்டு
வாழ்க்கை செரிக்க
வாழவைப்பதால் இது வாழ்வின்
சிறந்த அத்தியாயம்...!!!

கடலெனும் அன்பினை
புனித மழைத் துளியாய்
பொழிந்தும்
செயற்கை நீரூற்றே
செழுமை மிக்கதென
உதறிச் செல்லும்
சிறுமைத்தனத்தை ஏற்று
பழியுணர்வை கரைத்து
பாசத்தை நிறைத்து
பவளச் சிரிப்பை சிந்தி
வழியனுப்பி வைக்கமுடிவதால்
இது வாழ்வின்
சிறந்த அத்தியாயம்...!!!

பெரிய மனசு

காகத்தின் எச்சம்
சமுத்திரத்துடன் சங்கமிக்க
கடலிடம் சம்மதம்
வாங்கத் தேவையில்லை...

அதே காகத்தின் எச்சம்
செம்மண்ணுடன் சேர
தரையிடம் அனுமதி
வாங்க தேவையில்லை...

அவைகளுக்கு ஆட்சேபனையும்
எப்பொழுதும் இருப்பதில்லை....

பெருஞ் சக்திகளான
பஞ்சபூத ஆளுமைகளுக்கே
அது உண்டு கழித்த
எச்சம் தாங்கிக்கொள்ள
ஆட்சேபனை இல்லாதபோது.....

அதிக அறிவு படைத்த
உயிரினம் என கருதப்படும்
மனிதனுக்கு மட்டுந்தான்
காகங்களுக்கு
ஒரு வாய் உணவளிக்க கூட
மங்கல நாளும்,
முன்னோரின் திதிகளும்
தேவையாய் இருக்கிறது...!!!

பதற்றம்

பதற்றம் சொன்னது
பள்ளிப் பருவத்தின்
இறுதி நிலை
தேர்வுத் தாள்கள் தான்
மிச்சமிருக்கும்
மிரட்சி நிறைந்த
வாழ்வின்
மெச்சப்படப்போகும்
தருணங்களின்
மூலதனமென்று....

பதற்றம் சொன்னது
கல்லூரிப் பருவ
வேலைக்கான
நேர்காணல் தான்
நிதி நெருக்கடியில்
நசுங்கிக் கொண்டு
நரக வாசஞ் செய்யும்
குடும்பத்திற்கு
நம்பிக்கையென்று....

பதற்றம் சொன்னது
திருமண பருவத்தின்
துணை பார்க்கும்
படலம் தான்
இருள் திருடும்
கண்ணீர் கணங்களை
நகர்த்தி

இளைப்பாறச் செய்திடும்
இன்றியமையா காதலைத்
தேடித்தருமென்று..

பதற்றம் சொன்னது
பெற்றோர் பருவத்தின்
பிள்ளை பெறும்
தருணம் தான்
மேதையென்று
பேரிரைச்சலிட்டு பிதற்றும்
புத்தியையும்
பேதையாயாக்கும் யுக்தி
பிஞ்சு கைப்பிடியின்
வித்தையென்று....

பதற்றம் சொன்னது
மூப்பெய்தும் பருவத்தின்
படுத்த படுக்கையாகும்
நேரம் தான்
பிள்ளைகளின் கைகளிலே
தொல்லையாகும் தேகத்தை
தேவனவன் திரும்பவும்
எடுத்துக் கொள்ள வேண்டி
புழுங்கி புழுவாய்த்
துடிக்க நேரிடும் நொடிகளென்று....

பாலினம்

ஆயிரமாயிரம்
ஒட்டைக் கைகள்
ஒன்றிணைந்து
அவள் ஆடையை
பற்றி இழுத்தன...
ஆடையற்ற அவள் முகத்தில்
பல நூறு கற்களையும்
கரியையும் அள்ளி வீசினர்...
இதுபத்தாதென்று
அவளுக்கு நெருப்பு வைத்து
நெருங்கி நின்றனர்...
பொறுமை காத்து நின்றவள்
பொங்கி எழுந்தும்
கருங் கண்ணீர் வடித்தாள்....
தேயிலை நீராய்
உயிர்த்தெழுந்து தெம்புற்றாள்
இவள் - பாலினம்(பால் இனம்)..!!!

வலி கொடியதா?

எது வலி?
அன்பைக் காட்ட
எண்ணுமிடத்தில்
பொழிய முடியாத தவிப்பிலும்,
அளவுகடந்த அன்பு கிடைத்தும்
ஏற்க முடியாத தடுமாற்றத்திலும்
வலி கொடியது...

எது வலி?
நிச்சயம் வரை கிட்ட வந்து
தொற்று பரவலால் எட்ட சென்று
பாவை மனதை பொசுக்கி கசக்கும்
திருமண பேச்சுக்களால்
வலி கொடியது...

எது வலி?
வேலை ஒன்று கையில் இருந்தும்
உழைத்து களைக்க
கொடுப்பினை நோக்கி
காத்துக்கொண்டு
காலம் கரைக்கும் காத்திருப்பால்
வலி கொடியது...

எது வலி?
சாதனையை நெஞ்சில் கொண்டு
வாய்ப்புகளை கையில் கொண்டு
போராட அடியெடுத்து வைத்ததும்..
பிஞ்சு நெஞ்சை பதம் பார்க்கும்
பிரியமுள்ள பிரிவுகளால்
வலி கொடியது...

முகிழ்த்த மகள்

எது வலி?
அனுபவமற்ற வயதினிலே
விவரமற்ற செயலினால்
விளைந்த கசப்பான கனங்களை
நிகழ்காலத்தில் போட்டுடைத்து
மனமுடைக்கும் சில நண்பர்களால்
வலி கொடியது...

எது வலி?
எண்ணற்ற நண்பர் இருந்தும்
ஒருவரின் பட்டியலின்
முன்னுரிமை கூட
நமக்கென விளங்கிடாதோ எனும்
ஏக்கத்தால் வலி கொடியது...

ஆனாலும்,
இச்சாதரண வாழ்வில் சந்திக்கும்
ஆழமான வலிகளையும்
கடந்து பழகி, நல்லறம் ஒழுகி
உதிர்க்கும் புன்னகை
சிதறலுக்கு முன்
'வலி'
விழி பிதுங்கி நிற்கும்...
இந்த
வலிகள் வளர்ச்சிக்கானது...!!!

சங்கே நீ முழ(ட)ங்கு

திருமணப் படகில்
ஏறிக்கொள்ள விழைந்தாள்
காதலை துணைவனாக்கியும்...
கனவுகளை துடுப்பாக்கியும்...
நாவினால் கதை பேசி
நால் விழிகளால் கவிதை பேசி
பயணத்தின் பசுமையே
அவள் பிணைப்பென
பிதற்றல்கள் பல பேசி
லட்சம் மொழிகளை
காற்றோடு அவிழ்த்த அவன்...
அவள் லட்சிய மொழிகளை
ஆற்றோடு
கவிழ்க்கச் சொல்வதும்
துடுப்புகளை
தூர எறியச் சொல்வதும்
அவர்கள் பயணம் சிறக்கவா..?
அல்லது
அவள் சிறகுகளை சிதைக்கவா..?
என்ற மன குழப்பம்
நிலை கொள்ளவில்லை
என் பக்கத்து வீட்டு
அக்காவின் நிச்சயதார்த்த
நிகழ்ச்சியில்
அவள் கண்கள்
தடுத்து நிறுத்தி
வைத்திருந்த
ஏக்கத்தின் நீரை
காணும்போது...!!!

விருந்தோம்பல்

எதைக் கொடுத்தாலும்
எதிர்பேச்சு பேசாமல்
வாயை மூடியபடியே
வேலையை செய்து கொண்டிருந்தது
அம்மாவின் கைப்பிடியில்
மின் அம்மி...

இன்னும் எத்தனை முறை
பிரட்டி எடுக்க போகிறாரோ
எனும் கவலையில்
வாக்கியங்களை
வலி தாங்காமல்
தாங்கிப் பிடித்த
வண்ணமாய்
அப்பாவின் கைப்பிடியில்
செய்தித்தாள்....

கால் நொடி கூட
கண்ணயர விடாமல்
காலையிலிருந்து முகத்தை
முழுநேரமும் காட்டி
கருத்து கணிப்பு நடத்தும்
தங்கையின் கைப்பிடியில்
கண்ணாடி...

பனங்காட்டு நரிபோல்
சலசலப்புகளை

சட்டை செய்யாமல்
சிறைபிடித்து கைதியாக்கி
மரண தண்டனை
கொடுத்துக் கொண்டிருந்த
எனது கைப்பிடியில்
போர்வை...

இத்தனை சித்திரவதைகளையும்
சகித்துக்கொண்டு
தன் சேவகர்களை வைத்து
விடுமுறை நாள் எங்களை
நன்கு விருந்தோம்பல் செய்தது...!!!

உணவும்..உணர்வும்..

ஒட்டிப் பிறந்த
இரட்டையர்களாய்
உணவும்..! உணர்வும்..!

நம் ஜனன நொடிகள்
கதறும் உணர்வாலே
உறுதிபடுத்தப்படுகிறது..
பருகும் உணவாலே
குருதி உற்பத்தி படுத்தப்படுகிறது..

எப்பொழுதினும் எவருடனும்
ஒன்றுகூடி இணைந்து
கதைகளுடன் சிறிது
உணவையும் பறிமாறி
பசியாற்றிக் கொள்கிறோம்...

யாருமற்ற இரவுகளில்
கருமைக்கு இடையில்
யாசகனாய் உருமாறி
உணர்வுப் பசியை
ஆற்ற முடியாமல்
கொல்கிறோம்...

'ர்' எழுத்தின் எழுச்சி
'உணவுக்கு'
ஓர் இருக்கை முன்னமே
அமர வைத்தது
'உணர்வை'...

எனினும்,
உணவு, உணர்வு
இரண்டின் பசியையும்
மையமாகக் கொண்ட
மகத்துவமான,
மகப்பேறிலிருந்து உருவான
உயிரின் இயக்கம்
சமைத்தலின் பொருட்டே
சாந்தம் கொள்ளும்...

உணவைத் தின்று
உடலைச் சமைத்தும்,
உணர்வைத் தின்று
உள்ளத்தை சமைத்தும்
'சமைந்த'(வயதுக்கு வந்த) மனிதனாய்
நம்மை செதுக்கிக் கொள்வதில்
வயிறும் உயிரும்
நிறைவு கொள்ளும்...!!!

ஓரங்க நாடகம்

விலையுயர்ந்த வாழ்விற்கு
விஷக் கறை படியாதிருக்க
வண்ணம் பல பூசி
பரிசுத்தமாய் பாதுகாத்து...

சாதிப் சமையல்களின்
சிறப்பு விருந்தில்
நா, நாசியை நனையாமல்
நிறுத்தி பிடித்து...

குருதி அருவி வடியும்
குற்றப் பத்திரிகைகளை
குமைந்துகொண்டே
குடை பிடித்து
படித்து பரிதவித்து...

போட்டி, பொறாமைகளின்
காய்ச்சல் தாக்கி
உள்ளம் அழுகி
நாற்றம் பிடித்து
உயிரிழந்து விடாமல்...

அநியாயம் விற்கும்
அங்காடிகளில்
அணு அளவும் வாங்கி
ஆசை பேய்க்கும்
பேராசை பூதத்திற்கும்
அளித்து பசியாற்றாமல்...

ஊரின் ஒதுக்கு புற
பேருந்து நிழற்குடையில்
பேரின்ப நிலவுடனும்
தெருவிளக்கின் துணையுடனும்
என் நிழலுடனான
ஓர் நேர்காணல்
நிகழ்ந்து கொண்டிருந்தது...
இத்தனை சாதித்தும்
ஏன் இந்த உலகம்
உன்னை இன்னமும்
பிழைக்கத்தெரியாத
பிச்சைக்காரன் என்கிறதென்று....!?

www.ingramcontent.com/pod-product-compliance
Lightning Source LLC
LaVergne TN
LVHW060419051026
849518LV00007B/2614

* 9 7 8 9 3 5 5 3 3 2 4 1 7 *